சிறுகதை தொகுப்பு

மு.கோவிந்தராஜ்

ஏலே பதிப்பகம்

முழுமையாக படித்த பிறகு உங்களின் விமர்சனங்களை கூறுமாறு கேட்டுக்கொள்கிறேன். மேலும் இப்படைப்பில் மொத்தம் ஐந்து சிறுகதைகள் தொகுக்கப்பட்டு உள்ளது. இந்த ஐந்து சிறுகதைகளும் ஒவ்வொரு விதமான கற்பனை மற்றும் சிந்தனை அடிப்படையில் எழுதப்பட்டு உள்ளது. நாங்கள் கல்லூரி மாணவர்கள் என்பதால் இத்தொகுப்பில் காதல் கதையும் இடம்பெற்றுள்ளது. இதுபோல உங்கள் வாழ்வில் பல பருவங்களில் இதுபோன்ற காதல் கதைகள் இருந்திருக்கலாம். அந்நினைவுடன் இக்கதைகளை அசைப்போடுங்கள்.

மு.கோவிந்தராஜ்

மு.கோவிந்தராஜ்

உள்ளே...............

1.முதல்பிரிவு

-வி. தட்சிணா ஆனந்தன்

இது ஒரு அழகிய காலை பொழுது, விடிந்தது கூட தெரியாமல் மல்லாக்க படுத்து தூங்கிக்கொண்டு இருக்கிறாள் அவள். அவள் அழகிய பதுமை அல்ல சிறுபிள்ளை. அறையில் வெளியில் இருந்து ஒரு குரல், 'எழுந்துருடி ஆனந்தி' பள்ளிக்கூடம் போகனும்ல. அவள் அன்று தான் முதன்முதலில் பள்ளிக்கூடம் போக போகிறாள். அவ்வார்த்தையை கேட்டவுடன் அவள் முகத்தில், அவள் பெயரருக்கேற்றது போல ஆனந்தம் பொங்கி வழிந்தது. ஏனென்றால் புது ஆடை(பள்ளி சீருடை), புது காலணி, புதிய பை, புதிய பள்ளி என அவள் வாழ்வில் அந்நாள் முழுவதும் புதுமையாகவே இருந்தது. எழுந்தவுடன்

'நா ஸ்கூலுக்கு போறன்' 'ஸ்கூலுக்கு போறன்' 'ஸ்கூலுக்கு போக போறேன்'
என்று குதித்தாள். அவள் அம்மா, முதல்ல வாடி குளிச்சி கேளம்பனும்ல.

இதோ வந்துட்டேன், அவள் அம்மா அவளை குளிப்பாட்டினால் அப்போது அவ மனசுல ஏதேதோ ஓடுது.

பள்ளி கூடம்ன என்ன? ஏன் அங்க போறோம்?அங்க போய் என்ன பன்னுவோம்? அங்க யார்யாரெல்லாம் இருப்பா? நம்ப அம்மாளும் போய்ட்டு வந்திருப்பாளோ?

என பல கேள்விகள் இருந்தாலும் ஒரு உற்சாகம் அவளிடம் இருந்தது. ஏதோ புதுச ஒன்னு பண்ணபோறோம் அப்டின்னு

மனசுக்குள் நினைத்து கொண்டு இருந்தாள். அதற்குள் அவள் அம்மா அவளுக்கு புத்தாடை அணிவித்து அவளை அலங்கரித்தாள் சுட சுட தோசை சுட்டு கொடுத்தால், அவள் அதை சாப்பிட்டு கொண்டுடிருக்கும் போது அவள் அம்மா அவளுக்கு பிடித்த தயிர்சாதம் தயார் செய்து சிறிது ஊறுகாய் உடன் டப்பாவில் அடைத்து அதை ஒரு புதிய பையில் தயார் செய்து வைத்தாள். அதே வேளையில் அத்தோசையை பல சிந்தனைகளுடன் தின்றுதீர்த்தால் ஆனந்தி

அவள் அப்பா அவளை பார்த்து பள்ளிகூடம் போலாமா என்று கேட்டதும் ம்ம் என உரத்த கூறினாள். அவர் அவளை மிதிவண்டியில் அமரச்செய்து அவள் உணவுப்பையை மிதிவண்டி கைப்பிடியில் மாற்றினார். அவரும் மிதிவண்டியில் ஏறி அமர்ந்து மிதிவண்டியின் மிதியை மித்தார்.

மிதிவண்டி 'சடார்' என்று முன்னோக்கி நகர்ந்தது, அதில் அவளுக்கு ஆச்சர்யம் இல்லை, ஏனெனில் அவள் அப்பாவுடன் பலமுறை மிதிவண்டியில் பயணம் செய்துள்ளாள். ஆனாலும் அவள் நினைத்த கேள்விகளுக்கு விடை தெரியவில்லை அவள், அவள்அப்பாவை 'அப்பா அப்பா' என அழைத்தாள். அவளால் அக்கேள்வியை அடக்க முடியாமல் அவள் அப்பாவிடம் ஏன்

'நா ஸ்கூலுக்கு போகனும்'

என கேட்டால். அதற்கு அவள் அப்பா உடனடியாக ஸ்கூலுக்கு போனால் படித்து பெரியாளாக மாறலாம் என பதில் கூறினார். ஆனாலும் அவளுக்கு பல கேள்விகள் தோன்றின.

முன்ன என்னான நல்லா சாப்டா என்ன மாறி பெரியாள ஆகலாம் அப்டினு சொன்னாங்க, ஆனா இன்னைக்கென்னா படிச்ச பெரியாள ஆகலாம்னு சொல்றாங்க.

மிதிவண்டி சென்றது. என்றும் அவள் இதுவரை செல்லாத புது வழியில் மிதிவண்டி சென்றது. அச்சுற்றுபுறத்தை அவள் ஆச்சர்யத்துடன் கண்டால் மிதிவண்டி நீள மதில்சுவர்பக்கம் திரும்பி அதன் வாயிலில் நுழைந்தது. அதன் உள்ளே அதை சுற்றி கட்டிடங்களாக இருந்தது. அவற்றை ஆச்சரியமாக பார்த்தாள்.

அதில் அவளை போல நிறைய சிறுமி சிறுவர் விளையாடிக்கொண்டு இருந்தனர், அதனை கண்டு அவளுக்கு இன்னும் மகிழ்ச்சி பொங்கியது. அவள் அப்பா அவளை தலைமையாசிரியர் அறையை நோக்கி அழைத்து சென்றார். பிறப்பு சான்றை காட்டி அவளை பள்ளியில் சேர்த்தார் அவள் அப்பா. அவ்வறை அவளுக்கு இன்னும் புதுமையாக இருந்தது அவ்வாச்சர்யத்தில் தலைமையாசிரியர் அழைப்பது கூட அவள் செவியில் விழவில்லை. உடனே அவள் தந்தை, அவளை தட்டினார். தூக்கத்தில் இருந்து விழிப்பதைப்போல் 'சடார்' என்று அவள் பார்த்தாள். அவள் அப்பா அவளிடம்

'சாரு பேரு கேக்குறாரல்ல சொல்லு என்ன வேடிக்க'

அவள் ஆனந்தி என மகிழ்ச்சியுடன் கூறினாள். பின்பு தலைமையாசிரியர் அறையிலிருந்து ஒன்றாம் வகுப்பறைக்கு அவள் தந்தை அழைத்து சென்றார். அங்கு அந்த வகுப்பறையில் ஒரு ஆசிரியை இருந்தாள். அவள், இவள் அப்பாவை பார்த்து 'என்ன வேணும் சார்' என கேட்டாள்.

'இதோ இவ பேரு ஆனந்தி ஒன்னாம் வகுப்பு சேர்த்துருக்கேன்' அப்டினு சொன்னாரு உள்ள வாமா,

என அவ்வாசிரியை என்னை அழைத்தாள். அவள் அவள் அப்பாவின் விரலை இறுக்கி பிடித்தவாறு உள்ளே செல்ல முயற்சித்தாள் ஆனால் அவள் அப்பா அவள் கையை நழுவச்செய்தார். அவள் திடிரென்று திரும்பி வந்து அவள்

தந்தையை அணைத்துக் கொண்டால். இது அவளுக்கு ஆச்சர்யமும் பயமும் கலந்த ஒரு புது உணர்வாக இருந்தது. அவள் ஆசிரியர் அவள் கையை பிடித்து உள்ளே அழைத்து செல்ல முயற்சித்தாள், அவளுக்கு கண் கலங்கி அழுகை வந்தது. அவள் ஆசிரியை

'நா பாத்துகுறேன் நீங்க போங்க சார்'

என கூறினாள். அவள் தந்தையும் அவர் மிதிவண்டி இருக்கும் திசையை நோக்கி நடக்க ஆரம்பித்தார் இவளும் ஓஓவென அழ ஆரம்பித்தாள். அவள் தந்தை பள்ளியை விட்டு வெளியே செல்லும் வரை கண் இமைக்காமல் அழுதவாறு பார்த்துக்கொண்டு இருந்தாள். இனிதே அவள் வாழ்வில் பிரிதல் பயணம் தொடங்கியது.

2.எதிர்பார காதல்

- மு.கோவிந்தராஜ்

அழகான மாலைபொழுது, செந்நிறத்தில் வானம் ஒளிர்கின்ற தருணம் கடற்கரை ஓரத்தில் நடந்து கொண்டு இருந்தேன். இதமான தென்றலில் என்னிரு கைகள் இரண்டையும் தென்றலோடு உரசியபடி இயற்கை காட்சியை ரசித்துகொண்டு நடந்தேன். திடீரென செந்நிற வானில் கருமேக கூட்டங்கள் கூடியது, ஆம் மழை வருவதற்கான அறிகுறி. கடற்கரையில் நடந்து கொண்டு இருந்த மக்களின் கூட்டம் கலைய தொடங்கியது. ஆகாயத்தை அண்ணாந்து பார்த்துக் கொண்டு இருந்த வேளையில் வானத்தில் இருந்து வேகமாக என் கன்னத்தில் விழுந்தது ஒரு மழைத்துளி. அக்கம் பக்கம் என நாற்திசையையும் சுற்றி பார்த்து கொண்டு இருந்தேன்

'ஏய் நந்தினி இங்க வாடி', மழ வேற நெறைய வரும் போல சீக்கிரம் கிளம்புவோம்.

என தூரத்தில் ஒரு குரல், யார் என்று பார்த்தால் ஒரு பெண். அவள், அவளுடைய தோழியை அழைத்துகொண்டு இருந்தாள்.

'ஏய்ஏய் கொஞ்ச நேரம் வெய்ட் பண்ணுடி நா வந்துடுறேன்'

என அவள் தோழி கூறினாள். யார் என்று திரும்பி பார்த்தால் தூரத்தில் ஒரு பெண் வெண்ணிற ஆடையில் மழையில் நனைந்தபடி அந்த இயற்கை அழகை ரசித்து கொண்டு இருந்தாள். ஆனால் மழைச்சாரலில் அவளுடைய முகம் சரியாக எனக்கு தெரியவில்லை. மழைச்சாரலில் அவளுடைய முகத்தை எப்படியாவது காண வேண்டும் என

நினைத்து அங்கும் இங்குமாக நடந்து கொண்டிருந்தேன். நிலவினை எப்படி பூமி பார்க்கிறதோ அதேபோல நானும் அவளை தூரத்தில் இருந்து பார்த்து ரசித்து கொண்டு இருந்தேன். அவள் சந்தோஷத்துடன் மழைச்சாரலில் நனைந்தபடி விளையாடி கொண்டிருந்தாள்.

வீசும் தென்றலில் அவளுடைய கூந்தல் அழகாக நடனமாடியது

மழைத்துளிகள் கூட நாணம் அடைந்தது, அவள் முகத்தில் படும் வேளையில்.

இயற்கையிடம் பல கேள்விகள் கேட்டது, அவளுடைய விழிகள்.

மழைத்துளிகள் முத்தமிட்டது, அவளுடைய அழகான இதழ்களில்

என அழகிற்கு இலக்கணம், இவள் முகம் தானோ! என பல எண்ணங்கள் எனக்குள் தோன்றின. இப்படி அழகு பொருந்திய அவள் முகத்தினை பார்த்ததும் என் மனம் தட்டு தடுமாறியது. என் பருவவயதில் பல பெண்களை பார்த்து இருக்கிறேன், பழகி இருக்கிறேன் அப்பொழுத்தெல்லாம் தோன்றாத உணர்வு அவளை நான் தூரத்தில் பார்க்கும்போதே அந்த உணர்வுகளை உணர்ந்தேன். ஏன் என்று தெரியவில்லை அவளிடம் எப்படியாவது பேசவேண்டும் என ஒரு ஏக்கம். சரி என அவளிடம் பேச அவளருகில் சென்றேன். அவளுடைய இரு விழிகளை இமைக்காமல் பார்த்து கொண்டு நின்றேன். ஆனால் அவளுடைய அவ்விரு விழிகள் நான் பேச நினைப்பதை சுக்கு நூறாக்கியது. என்னால் அவளுடைய முகத்தை பார்த்து பேச முடியவில்லை. அவளுடைய அழகில் மயங்கி, பேசுவது அறியாது தயங்கி நின்றேன். உடனே அவள் ஏதோ என்னிடம் பேச வர

'இப்போ நீ வரப்போரியா இல்லையா பஸ் வந்திடுச்சி நா போக போறேன்'

என மறுபடியும் ஒரு குரல், அவள் தோழியிடம் இருந்து. உடனே இவளும் என்னை பார்த்து சிரித்தவாறு அவள் தோழியை நோக்கி சென்றால். மழைத்தூரலும் சிறிது குறைய ஆரம்பித்துவிட்டது. அவர்கள் இருவரும் பேருந்தில் ஏறினார்கள். நானும் அவளிடம் எப்படியாவது பேச வேண்டும் என்று நினைத்து அவள் ஏறிய அதே பேருந்தில் ஏறினேன். அவர்கள் இருவரும் இரண்டாவது வரிசையில் உள்ள மூன்று இருக்கையில் முதல் இரண்டு இருக்கையில் அமர்ந்து இருந்தார்கள். அந்த மூன்றாவது இருக்கையை தவிர மற்ற எல்லா இருக்கையிலும் ஆட்கள் அமர்ந்து இருந்தார்கள். ஆனால் நானோ அந்த ஒரு இருக்கையில் அமர்ந்து கொள்ளாமல் நின்றபடி வந்தேன். காரணம் அவள் அருகில் சென்றாலே ஒரு விதமான பயம் கலந்த அன்பு எனக்குள் தென்படுகிறது, அதனாலேயே அவளை விட்டு தள்ளி, நின்று கொண்டு இருந்தேன். பயணச்சீட்டு கொடுப்பவர்

'தம்பி இங்க ஒரு சீட் ஃப்ரியா இருக்கு வந்து உட்காந்துகோங்க'

என கூறினார், நானும் சரி என கூறிவிட்டு திரும்ப நின்றபடியே வந்தேன். அவளிடம் பேச வேண்டும் என நினைத்தாலும், அவள் கண்களை பார்த்ததும் என் இதயம் தட்டு தடுமாறி விடுகிறது. இருந்தும் தூரத்தில் நின்றபடியே இமைமூடாமல் அவளை பார்த்து கொண்டு வந்தேன். என்னவோ தெரியவில்லை அவளை மீது எனக்கு ஒரு இனப்புரியாத காதல், அன்பு அவளை விட்டு பிரிந்து செல்லகூடாது என பல நினைவுகள் மனதில் வந்து வந்து சென்றது. பார்த்த சிறிது நேரத்தில் என்னையே அவளிடம் இழந்து விட்டேன். திடிரென அவள் என்னை பார்த்தால், அவள் என்னை பார்ப்பது கூட தெரியாமல் மெய்மறந்து நான் அவளை பார்த்து கொண்டு இருந்தேன். உடனே கையில் சைகை காட்டி

மு.கோவிந்தராஜ்

'உங்களுக்கு ஒன்னும் ஆச்சியபன இல்லன என் பக்கத்துல ஒரு சீட் காலியா தான் இருக்கு இங்க உக்காந்துகோங்க'

என கூறினாள் எனக்கு செய்வது என்று தெரியவில்லை, திகைத்தபடியே போய் அவள் அருகில் அமர்ந்தேன். அவள் அருகில் அமர்ந்ததும் அவள் கைகள் என் தோள்பட்டையோடு உரசியது. அவ்வளவு தான் அந்த நொடி இருந்த சந்தோஷத்தை எப்படி கூறுவது என்று கூட தெரியவில்லை. என்னுடைய மனது என்னிடம் இல்லை, அவ்வளவு சந்தோஷம் அப்படியே கத்தி கூச்சலிட்டு சிரிக்கனும் என்றெல்லாம் தோன்றியது. கூடவே ஒரு பதற்றம், உடனே அவள் என்னை பார்த்து

'என்னோட நேம் நந்தினி உங்க நேம் என்ன'

என கூறி அவள் கையை நீட்டினால் நானும் கையை நீட்டி கைக்குளுக்கி கொண்டேன். அவ்வளவு தாங்க என்னோட உயிர் அந்த நிமிடத்தில் பிரிந்தால் கூட ஆச்சரியம் பட ஒன்றும் இல்லை. அவ்வளவு சந்தோஷம் எனக்குள். உடனே அவள் உங்களுடைய பெயர் என்ன என்று கேட்டால் அவள் கேட்ட அந்த நொடியில் என்னுடைய பெயர் என்ன என்று என் நினைவுக்கு வரவில்லை. நான் தயங்கியபடி மௌனமாக இருந்தேன்.

'சரி சரி விடுங்க உங்க பெயரு என்னன்னு கேக்கல'

என கூறி உடனே அவள் என்னை பார்த்து

'நானும் அப்பத்துல இருந்து பாக்குறேன் என்னையே பாத்துட்டு இருக்கீங்க என்ன விஷயம்'

என புருவத்தை தூக்கி கேட்டால். நானும் உடனே யோசிக்காமல் அவளிடம்

'அது என்னவோ தெரியலிங்க, நாள் முழுக்க உங்களையே பாத்துட்டு இருக்கணும் போல தோனுது' உங்க முகத்துல ஏதோ ஒரு ஈர்ப்பு இருக்குங்க'

என கூறியதும் அவளுடைய முகத்தில் சிரிப்புடன் சிறிது நாணத்தையும் உணர்ந்தேன். அவள் என்னிடம

'நல்லா பேசுறீங்களே, நெறைய சினிமா பாப்பீங்களோ' என கேட்டால்.

'அட உண்மைய தாங்க சொல்றேன், சாதாரணமா நா யாரையும் இப்படி சொல்ல மாட்டேன் சோ நானே சொல்றேன் ன்னா நினச்சிபாருங்க உண்மையாவே நீங்க ரொம்ப அழகா இருக்கீங்க'

என கூறினேன் அவள் சிரித்தபடியே சரி சரி என கூறினாள். உடனே நான் அவளிடம

நாளைக்கு நீங்க ஃபிரியா இருந்த மீட் பண்ணுவோமா,'

என தயக்கத்துடன் கேட்டேன். அதற்கு அவள் முடியாது என்று கூறுவாள் என மனத்துக்குள் நினைத்தேன். ஆனால் அதற்கு மாறாக அவள் சரி என்று கூறினால். நானும் சரி, இதே பேருந்தில் நாளை மாலை சந்திக்கலாம் என கூறினேன். அவளும் சரி என சொல்லி கூடவே அவள் பையில் இருந்து ஒரு கடிதத்தை எடுத்து என்னிடம் கொடுத்தால். நா பேருந்தை விட்டு இறங்கியதும் இந்த கடிதத்தை படியுங்கள் என கூறியபடி பேருந்தை விட்டு இருவரும் இறங்கி சென்றுவிட்டனர். நானோ அவள் கொடுத்த அந்த கடிதத்தை பிரித்து படிக்க தொடங்கினேன். அந்த கடிதத்தில்

என்னோட பேரு நந்தினி. உங்க பேரும் ராம் அப்டின்றது எனக்கு தெரியும். நீங்க காலையில எந்திருச்சதுல இருந்து இதே பஸ்ல ஆபிஸ் போற வரைக்கும் நீங்க என்ன என்ன

மு.கோவிந்தராஜ்

செய்வீங்க, உங்களுக்கு என்னென்ன புடிக்கும் அப்டின்னு எல்லாமே எனக்கு தெரியும். அது மட்டும் இல்லாமல் சனிக்கிழமை ஆன நீங்க ஈவினிங் டைம் 4 மணிக்கு ஷார்ப்ப ஃப்பீச்க்கு வருவீங்க இப்படி உங்கல பத்தி எல்லாமே எனக்கு தெரியும். ஆனா என்ன பத்தி உங்களுக்கு தெரிய வாய்ப்பில்லை. இதெல்லாம் எனக்கு எப்படி தெரியும் அப்டினு கேட்டீங்கனா உங்கல நான் 3 மாசமா தூரத்துல இருந்தே லவ் பண்ணிட்டு இருந்தேன். ஆனா அத உங்க கிட்ட வந்து சொல்ல எனக்குள் ஒரு பயம், தயக்கம். எப்படியாவது உங்ககிட்ட என்னோட காதல சொல்லனும்னு ஒவ்வொரு நாளும் நினச்சதுண்டு, ஆனா அது நடக்கவே நடக்காது. உங்கல தூரத்துல இருந்து பாத்தாலே பேச வரும் தைரியம் பறந்து போயிருது. சரி நீங்களே என்கிட்ட பேசவருவீங்க அப்டினு உங்க பக்கத்துல வந்து நிப்பன் ஆனா நீங்க என்ன ஒரு தடவ எட்டி பாத்ததில்ல. என்னைக்காவது நீங்களே என்கிட்ட வந்து பேசுவீங்கன்னு நினச்சுட்டே இருப்பேன். ஆதேபோல நீங்க இன்னைக்கு இந்த மழைச்சாரலுக்கு நடுவுல என்ன பாத்தீங்க பேசவும் முன்வந்தீங்க. அப்பவே உங்க கிட்ட என்னோட லவ்வ சொல்லனும் னு நினச்சேன் ஆனா அதுக்குல்ல என்னோட தோழி கூப்டால் சொல்லாமலேயே போயிட்டேன். நாளைக்கு உங்ககிட்ட என்னோட காதல சொல்ல ஆவலோடு காத்துட்டு இருக்கேன். இப்படிக்கு 'நந்தினி' "லவ்யூ ராம்".

அவ்வாறு அந்த கடிதத்தில் எழுதி இருந்தது. ஒரு நிமிடம் எனக்கு என்ன செய்வது தெரியாமல் ஆச்சர்யத்தில் மூழ்கி இருந்தேன்.

கடிதத்தில் கூறிய அவ்வார்த்தைகளை அவள் உதடசைவுகளில் என்னிடம் அதை என்னுடைய செவியினால் கேட்கவேண்டும் என எதிர்பார்த்து காத்துகொண்டு இருக்கிறேன் நாளை விடியலை நோக்கி...... தொடங்கியது எங்களுடைய காதல் பயணம் பேருந்தில்......

3.தாய்மை

- சி.இவான் உமேஷ்

அது ஒரு அழகிய கிராமம். இயற்கை எழில் மிகுந்த அக்கிராமத்தில் சோழுவும் அவனது தாயாரும் வசித்து வந்தனர். அவனுடைய தாயார் ஒற்றைக்கண் பார்வையுடையவர். சோழுவை சிறு சிறு தொழில் செய்து வளர்த்து வந்தாள் அவன் தாயார். தாம் வறுமையில் இருந்தாலும் தன் மகனை பள்ளிக்கு அனுப்பி படிக்க வைத்தாள். அவனும் நன்றாக படித்து பத்தாம் வகுப்பு பொதுத்தேர்வில் மாவட்ட அளவில் முதலிடம் பெற்றான். அப்பொழுது அவனுடைய ஊரில் உள்ளோர்

'இங்க பாருடா ஒத்தகண்ணியின் புள்ள பத்தாம் வகுப்புல மொதலிடம் எடுத்துருக்கானாமாடா'

இதனை கேட்ட சோழு தனது தாயிடம்

'அம்மா நம்ம ஊருல உள்ளவங்க எல்லாரும் என்ன பாத்து ஒத்தகண்ணியின் மகன் அப்டிண்னு சொல்லறாங்க'

உடனே அவனுடைய தாய் 'நீ வாழ்கைல ஒரு நாள் பெரிய இடத்துக்கு போனதுக்கு அப்புறம அந்த பெயரு மறஞ்சிபோயிரும்' என ஆறுதல் கூறினாள்.

சோழு பன்னிரண்டாம் வகுப்பு பொதுதேர்வில் முதலிடம் பெற்ற போதும் அவ்வாறே அவ்வூர் மக்கள் அவனை கேலி செய்தனர். அப்பொழுதும் சோழு நடந்ததை பற்றி தன் தாயிடம் கூறினான். அவனது தாயார் முன்பு சொன்ன அதே வார்த்தையை தன் மகனிடம் கூறினாள். அவ்வூர்மக்கள் அவ்வாறு கேலி கிண்டல் செய்வதனால் தான் முதல்மதிப்பென் பெற்ற மகிழ்ச்சியை கூட சரியாக கொண்டாட முடியவில்லை.

நாளடைவில் சோழு உயர்ந்த பதவிக்கு சென்ற பிறகு தன் தாயாரை விட்டு பிரிந்து வேறு நாட்டிற்கு சென்றான். தனக்கும் தன்னுடைய தாயாருக்கும் இடைப்பட்ட தூரம் அவனை தன் தாயிரிடம் பேசுவதை குறைத்தது. ஆனால் அங்கு அவன் மகிழ்சியாக தனது வாழ்க்கையை கழித்துகொண்டு வந்தான். மேலும் மேலும் அவன் உயர்ந்த நிலையை அடைந்தான், தனக்கென ஒரு அடையாளத்தை அவன் உருவாக்கி கொண்டான். காலங்கள் ஓடியது, அவன் தாயாரோ தன் மகனிடம் அழைப்பு வரும் என எதிர்பாத்து காத்து கொண்டு இருந்தாள். மாறாக அவன் தாயிடமிருந்து சோழுவிற்கு அழைப்பு வந்தது. அதை கேட்டதும் அவன் ஆடிபோய்விட்டான், அவ்வழைப்பில் தன்னுடைய தாய் இறந்துவிட்டதாக தகவல். உடனே அவன் கண்கலங்கியவாறு தனது சொந்த ஊருக்கு புறப்பட்டான், அப்பொழுது பக்கத்துவீட்டில் உள்ள ஒரு நபர் தனது தாயார் தான் இருக்கும் போது ஒரு கடிதத்தை கொடுத்து, தன் மகன் ஒரு நாள் தன்னை தேடி வருவான். அன்று இந்த கடிதத்தை அவனிடம் கொடுங்கள் என கூறி தன்னிடம் கொடுத்ததாக அந்நபர் கூறினாள். உடனே சோழு கடிதத்தை பிரித்து படிக்க தொடங்கினான்.

அது ஒரு கோடைக்காலம் பள்ளிகளுக்கு விடுமுறை, சோழு நண்பர்களோடு விளையாடிக்கொண்டு இருந்தான். அவன் அருகில் இருக்கும் அடுப்பில் இருந்து ஒரு கனல் சோழுவின் கண்ணில் பட்டது. உடனே அவன் தாயார் மருத்துவமனைக்கு அழைத்து சென்றாள். மருத்துவர்கள் அவனை சோதித்த பிறகு சோழு பார்வை இழந்துவிட்டான் என அவன் தாயாரிடம் கூறினார்கள். சற்றும் யோசிக்காமல் தனது கண்ணை எடுத்து தன்னுடைய மகனுக்கு பொருத்துமாறு கூச்சலிட்டு அழுததாக அக்கடிததில் எழுதபட்டு இருந்தது. இதனை படித்த சோழு மனம் நொந்து கதறி அழுதான்.
(இவன் வெளிநாட்டிற்கு சென்றதே தன் தாயின் குறையை பார்த்து ஊர்மக்கள் கேலி செய்ததாலே....)

4. அவளும் நானும்

-பூ. சன்ஜய்

ஒரு நடுத்தர குடும்பத்தில் பிறந்து அங்குள்ள அரசு பள்ளியில் படித்து வந்தான் அஜய். அவன் படிக்கும் பள்ளியோ ஒரு நடுநிலைப்பள்ளி அதனாலேயே ஒன்பதாம் வகுப்பு படிக்க வேண்டும் என்றால் வெளியூருக்கு சென்று தான் படிக்க வேண்டும். அதே போல இவனும் வெளியூருக்கு சென்று அங்கு ஒரு பள்ளியில் ஒன்பதாம் வகுப்பு சேர்ந்தான். அப்பள்ளியில் ஒன்பதாம் வகுப்பு மட்டும் மூன்று பிரிவுகள். இந்த மூன்று பிரிவுகளில் இவன் மூன்றாம் பிரிவில் சேர்ந்து படிக்க ஆரமித்தான். அந்த வகுப்பில் இருந்த சக மாணவரகள் அவனை 'கிளாஸ் லீடராக' தேர்வு செய்தனர். அதே போல பெண்களும் அவர்களுக்கென ஒரு 'கிளாஸ் லீடரை' தேர்வு செய்தனர். அவள் பெயர்தான் 'ஜனனி'. இவனும் வகுப்பில் ஆண், பெண் என பாரபட்சம் பார்க்காமல் அனைவரிடமும் சகஜமாய் நண்பனாக பழகினான். ஜனனியும் இவனிடம் நெருக்கமாக பழகினாள்.

காதல் என்பது என்ன என்று அறியாத வயதிலேயே காதல் தோன்றியது இவனுக்கு ஜனனியின் மீது. இவனுக்கோ அவன் காதலை எப்படியாவது அவளிடம் சொல்லவேண்டும் என தினம் தினம் தவித்து வந்தான் இரண்டு மாததிற்கு மேலாகவும் அவன் அவனுடைய காதலை அவளிடம் சொல்ல முடியாமல் நண்பன் என்ற முறையில் பழகிவந்தான். அது மட்டும் இல்லாமல் அவன் இவனுடைய காதலை பற்றியோ காதலி பற்றியோ யாரிடமும் சொன்னதே இல்லை. ஒருநாள் இவனும் ஜனனியும் பேசிக்கொண்டு இருந்த பொழுது, ஜனனி அவனிடம் விளையாட்டாக

'அஜய் நீ யாரையாவது லவ் பண்றியா'

என கேட்டால். உடனே அவன் ஆமாம் லவ் பண்றேன் என கூறினான். இவளும்

'யாருன்னு சொல்றா' என கேட்டாள். உடனே அவன் 'யாருன்னு நீயே கண்ணுபிடி' என கூறியபடி அந்த இடத்தை விட்டு நகர்ந்து சென்றான். ஜனனிக்கு யாராக இருக்கும் என நினைத்தவாறே அவளும் அவ்விடத்தை விட்டு சென்றாள்.மறுநாள் காலையில் இவன் ஜனனியிடம்

'சரி நா யார லவ் பண்றேன்னு ஒரு க்ளூ தரேன்'

என கூறி நமது பள்ளியில் தான் அவள் ஒன்பதாம் வகுப்பு படிக்கிறாள் என கூறினான். அவன் கூறியதை கேட்டதும் இவளுக்கு

'அப்படி இவன் யாரதான் லவ் பண்றான்'

என்ற ஆர்வம் அதிகரித்து கொண்டே இருந்தது. உடனே ஜனனி அவளுடைய தோழி கீர்த்தியிடம் யோசனை கேட்கலாம் என எண்ணி அவள் தோழியிடம் யோசனைக்கேட்டால். அஜய் கூறியதை ஜனனி அவள் கீத்தியிடம் கூறினால். உடனே இவள் எனக்கொரு யோசனை உள்ளது என ஜனனியிடம் சொன்னாள். ஜனனியும் சரி என்ன யோசனை என்னிடம் கூறு என்றதும் கீர்த்தி நமது பள்ளியில் ஒன்பதாம் வகுப்பு படிக்கும் மாணவிகளின் பெயர்களை கூறி அவனை கூப்பிடுவோம். எந்த மாணவியின் பெயரை கூறும்போது அவனுடைய முகம் சற்று மாறுகிறதோ அவளை தான் அவன் 'லவ்' பண்ணுவான் என கூறினாள் கீர்த்தி. ஜனனியும் இந்த யோசனை நல்லாவே இருக்கு என கூறினாள்.
மறுநாள் காலையில் இவர்கள் திட்டமிட்டபடியே ஒவ்வொரு மாணவிகளின் பெயரை அவனுக்கு கேட்கும் படி கூப்பிட்டார்கள். ஆனால் அவனுடைய முகத்தில் எந்தவொரு

மாற்றமும் இல்லை. அவர்களின் திட்டம் தோல்வியில் முடிந்தது.

இதனை பார்த்த அஜித் உடனே இருவர்களிடமும் இரண்டாவதாக ஒரு 'க்ளூ' கொடுத்தான். அதில்

'நா லவ் பண்ற பொண்ணு நம்ம கிளாஸ் ரூம் தான்'

என கூறி ஜனனியின் ஆர்வத்தை மீண்டும் அதிகரித்து விட்டான். மீண்டும் அவர்கள் மற்றொரு யோசனையை செய்து அவற்றை செயல்படுத்தினார்கள். அதிலும் அவர்களுக்கு தோல்வியே கிடைத்தது. ஆர்வத்தை பொறுக்க முடியாமல் ஜனனியும் கீர்த்தியும் அவனிடம் கேட்டனர். ஆனால் அவன்

'ஏற்கனவே உங்களுக்கு இரண்டு க்ளூ' கொடுத்துட்டேன் மூனாவது க்ளூ லாம் என்னால தர முடியாது என கூறி அவன் அவ்விடத்தை விட்டு கிளம்பினான். மறுபடியும் கீர்த்தி ஜனனியிடம் என்னிடம் மற்றொரு யோசனை உள்ளது என கூறினால். ஜனனியும் என்ன யோசனை என கேட்டால். உடனே கீர்த்தி

நம்ம வகுப்புல அவன் எந்த பொண்ண அடிக்கடி பாக்குறானோ அவளாதான் இருக்கும்,

என கூறினால். அடுத்த நாள் அதே போல ஜனனியும் கீர்த்தியும் அவனை வகுப்பில் உற்றுநோக்கிகொண்டே இருந்தார்கள் அவன் யாரையாவது அடிக்கடி பார்க்கிறானா என்று. இவர்கள் இருவரும் அவனை பார்த்துகொண்டு இருக்கும் போது இவன்

'ஏன் நீங்க இரண்டு பேரும் என்னையே பாத்துட்டு இருக்கீங்க, என்ன?

என கேட்டான். இருவரும் ஒன்னுமில்லை என சிரித்துகொண்டு கூறினர். இருந்தும் இவர்கள் இருவரும் எடுத்த முயற்சிகள் அனைத்தும் தோல்வியில் தான் முடிந்தது. ஒரு கட்டத்தில் ஜனனியே அவனிடம் கேட்கும்போது உனக்கு என் காதலியை தெரிந்து கொள்வதில் இவ்வளவு ஆர்வமா என வினாவினான். அதற்கு ஜனனி ஏன் என்னுடைய நண்பனின் காதலி யார் என்று நான் தெரிந்து கொள்ள கூடாதா என இவள் ஒரு கேள்வி எழுப்பினால். உடனே இவன் எதுவும் பேசாமல் அவனுடைய இடத்தில் போய் அமர்ந்தான். அதே நாள் மாலை கீர்த்தி மட்டும் தனியாக சென்று அவனிடம்

'டேய் நீயே சொல்றா யாருன்னு நா ஜனனிட்ட கூட சொல்லமாட்டேன்'

என கூறினாள். இவனும் ஆர்வக்கோளாரில்

'நான் லவ் பண்ற பொண்ணே எங்கிட்ட வந்து நீ யார லவ் பண்ற அப்டினு கேக்கும்போது என்கிட்ட என்ன பதில இருக்கும் நீயே சொல்லு கீர்த்தி'

என கூறியதும் இவன் ஜனனியை தான் காதலிக்கிறான் என்று அவளுக்கு புரிந்துவிட்டது. உடனே கீர்த்தி

'அப்போ நீ ஜனனிய தான் லவ் பண்றியாடா'

என கூறியதும், இவனுடைய முகத்தில் சிறிது புன்னகையுடன் அவ்விடத்தை விட்டு வீட்டிற்கு சென்றான். மறுநாள் காலையில் இவன் பள்ளிக்கு சென்றான். இவன் வகுப்பறைக்கு அவனுடைய இருக்கையில் அமர்ந்து கொண்டான். அப்பொழுது ஜனனியும் வந்தாள். அவளும் அவளுடைய இருக்கையில் போய் அமர்ந்தாள். இவனுக்கோ ஒன்றும் புரியவில்லை.

'எப்பவும் நம்மள பாத்த Hi சொல்லுவா, இன்னைக்கு என்னடான்னா பாத்தும் பாக்காதமாறி போறா, ஒருவேள கீர்த்தி அவட்ட நான் அவளதான் லவ் பண்றேன் சொல்லிட்டாளா'

என அவனுடைய மனதில் பல குழப்பங்கள். ஒருவேளை அவள் என்னிடம் பேசாமல் போய்விடுவாளோ என பதற்றம் ஒருபுறம் பயம் மறுபுறம் என்ன செய்வது என தெரியாமல் முழித்துகொண்டு இருந்தான். இரண்டு நாட்கள் ஓடியது இன்னும் ஜனனி இவனிடம் பேச முன்வரவில்லை, எதையாவது பேச வேண்டும் என்றாலும் ஜனனி கீர்த்தியிடம், கூறி அதை கீர்த்தி இவனிடம் கூறுவாள். இவனால் அவளிடம் பேசாமல் இருக்க முடியவில்லை. சரி அவளிடம் மன்னிப்பு கேட்டுவிடலாம் என நினைத்து கீர்த்தியை கூப்பிட்டு

'ஹே சாரி சொன்னேன்னு ஜனனிட்ட சொல்லுடி'
என கூறினானன். உடனே கீர்த்தி எதுக்குட 'சாரி சொல்ற என கேட்டதும், நா அவள லவ் பண்றன்னு சொன்னத நீ அவட்ட சொல்லிட்ட அதனால தான அவ எங்கிட்ட பேச மாட்டறா அதனாலதான் சாரி சொன்னேன'

என கூறியதும் கீர்த்தி வயிறு குலுங்க குலுங்க சிரித்தாள். ஏன் இப்படி சிரிக்குற என அவன் கீர்த்தியிடம் கேட்டான். உடனே கீர்த்தி

'டேய் முட்டாள் நீ அவள லவ் பண்றதுக்கு முன்னாடிருந்தே அவ உன்ன லவ் பண்ணிட்டு இருந்தா அதனால தான் உன்கிட்ட நீ யாரையாச்சும் லவ் பண்றியான்னு கேட்டா, ஆனா நீ ஆமா லவ் பண்றன், ஆனா யார்ன்னு சொல்லமாட்டேன் அப்டின்னு சொல்லிட்டா. அவ எத்தன முற உன்கிட்ட கேட்டாலும் நீ யார லவ் பண்றேன்னு சொல்லவே இல்ல அதனால தான் உன் மேல அவ கோவமா இருக்கா'

என கூறி வயிறு குலுங்க குலுங்க சிரித்தாள்.உடனே அவன் சிறிது புன்னகையுடன் ஜனனியை பார்த்து சிரித்தான் ஜனனியும் இவனை பார்த்து சிரித்தாள். அந்த நொடியில் இருந்து தொடங்கியது அவர்களின் அழகான காதல். உடனே ஜனனி ஒரு கடிதத்தை எடுத்து ஏன் 'என்கிட்ட நீ ரெண்டுநாளா பேசல' என எழுதி அவனிடம் தூக்கிப்போட்டாள். இவனும் அவளுக்கு 'நான் பேசலையா இல்ல நீ பேசலையா' என பதில்கடிதம் எழுதி அவளிடம் தூக்கி போட்டான். இப்படி கடிதத்தில் தொடங்கி படிபடியாக நேரில் சந்தித்து பேச தொடங்கினார்கள். நாட்கள் ஓட ஓட வகுப்பறையில் உள்ள அனைவருக்கும் அவர்களுடைய காதல் பற்றி தெரிய ஆரம்பித்தது. எல்லோருடைய வாழ்வில் நடப்பதை போலவே எங்களுக்கும் நடந்தது. பிறந்தநாளில் பரிசு கொடுப்பது பூ வாங்கி கொடுப்பது சாக்லேட் வாங்கி கொடுப்பது உணவை மாறி மாறி பகிர்ந்து சாப்பிடுவது என அனைத்தும் நடந்தது. காதலர் தினத்தன்று எதிர்பாராத வகையில் வகுப்பில் உள்ள அனைத்து நண்பர்களும் இணைந்து அவர்கள் இருவருக்கும் அவர்கள் இருவரின் போட்டோ வைத்து ஒரு செயின் பரிசாக கொடுத்தனர். இதனை அவர்கள் இருவரும் எதிர்பார்க்கவில்லை. இப்படி இவர்களின் காதல் ஒரு வருடத்திற்கு மேலாக நீடித்தது. பத்தாம் வகுப்பில் இருவரும் வெவ்வேறு வகுப்பறைக்கு பிரிந்து செல்ல நேர்ந்தது. வகுப்பறை பிரிந்தாலும் அவர்களுடைய காதல் வாழ்க்கையில் பிரிவு என்பது இல்லாமல் காதல் தொடர்ந்தது. இருந்தாலும் வகுப்பறை மாற்றப்பட்டதால் முன்பு போல அவர்களால் பேச முடியவில்லை. அதற்கான நேரமும் சரியாக கிடைக்கவில்லை. இருந்தாலும் கிடைக்கும் நேரங்களில் எல்லாம் பேசிகொண்டு இருந்தார்கள். சிறிது நாட்கள் போக போக பத்தாம் வகுப்பு என்பதால் இவனால் அதிக நேரம் அவளிடம் பேசமுடியவில்லை. அப்படி இருந்தும் நேரம் கிடைக்கும் பொழுதெல்லாம் அவளிடம் பேச முற்படுவான். ஆனால் ஜனனியோ அவனிடம்

'நீ உன் கிளாஸ் பொண்ணுங்ககிட்ட பேசுறதுக்கே நேரம் இல்ல இதுல என்கிட்ட எப்படி பேசுவ'

என கூறினாள். அங்கு தொடங்கியது அவர்களின் முதல் சண்டை, இருந்தும் இருவரும் பேசிக்கொண்டு தான் இருந்தார்கள். நாட்கள் ஆக ஆக இருவரும் பார்க்கும் நேரமும் குறைந்தது, பேசும் நேரமும் குறைந்தது. அப்படியே ஒரு வருடம் சென்றது. இவனும் பதினொன்றாம் வகுப்பு வேறொரு பள்ளியில் படிக்க சேர்ந்தான். ஜனனி இதே

பள்ளியில் படிப்பை தொடர்ந்தாள். பள்ளியில் பிரிந்தது போலவே அவர்களின் காதலும் பிரிய தொடங்கியது. ஒருவருக்கொருவர் சொல்லிக்கொள்ளாமல் மலர்ந்த காதல் ஒருவருக்கொருவர் சொல்லிக்கொள்ளாமலேயே முடிந்தது.

5. ஒருதலை ராகம்

-வி. தட்சிணா ஆனந்தன்.

கல்லூரி முதலாம் ஆண்டு கோடை விடுமுறை. நானும் என் நண்பர்களும் மலையேற்றத்திற்காக உத்ரகாண்ட் யில் உள்ள இமயமலை அடிவாரத்திற்கு சென்று இருந்தோம். கோடைக்காலம் என்பதால், முன்னரே நெறைய மக்கள் கூடி இருந்தனர் நான் என் நண்பன் கோவி யிடம்

'என்னடா திருவிழா மாறி இருக்கு' (ஏனெனில் இந்த இடத்திற்கு வரலாம் அப்டினு ஐடியா கொடுத்தது அவன் தான்) .

'இல்லடா நிலன் மூனாவப்பு படிக்கிறப்ப நா வந்தது. ஆனா இப்ப இவ்ளோ கூட்டம் இருக்கும்னு நினைக்கலடா'

வண்ண வண்ண கூடாரங்கள், வானில் வெடிக்கும் வான வேடிக்கை, நெடுவரிசையில் பல உணவுக்கூடங்கள், பொம்மை கடைகள் என அனைத்தும் ஒருங்கே இருந்தது. தொலைவில்
'ரோப்கார்கள்' பனிசருக்கு விளையாடுபவர்களுக்காக இயக்கத்தில் இருந்து. இதை நான் பார்ப்பது இரண்டாவது முறை, ஏனெனில் முதல்முறை என்னுடைய ஊரில் 'அமேசிங் பார்க்கில்' பார்த்துள்ளேன். பிறகு நாங்கள் மலையேற உதவி செய்பவர்கள் இருக்கும் அலுவலகத்தை தேடிக்கொண்டு இருந்தோம். நாங்கள் தொலைவில் தென்பட்ட பெரும் விளம்பரப்பலகையை பார்த்து அலுவலகத்தை கண்டு பிடித்தோம். அலுவலகத்தை நோக்கி சென்றோம். அங்கு எங்களைப்போலவே வெவ்வேறு ஊரைச்சேர்ந்த பலர் காத்துக்கொண்டு இருந்தனர்

அங்கு தான் முதல் முதலில் அவளை பார்த்தேன். மின்னலின் ஒளிப்போல அவள் முகம். அதில் அவள் கண்ணின் கருவிழி அம்மாவாசை இரவு போல கும்மென்று இருட்டு, அதை சுற்றி பௌர்ணமி நிலவுபோல போல வெண்மை, அவ்வழகிற்கு குடைபிதாற் போல புருவம். அதற்கு சற்றே கீழே பார்பவர்களை கண்கூச செய்யும் சிறிய மூக்குத்தி. இருக்குமிடம் தெரியாமல் மெல்லிய சிவப்பு கோடு போல அவள் உதடு. என இப்படி அவள் அழகை நான் சிறிது சிறிதாக ரிசித்துகொண்டு இருக்கும் வேளையில் என் பின்னிருந்து ஒரு குரல்.

'டேய் நிலன் நடடா, சீக்கிரம் ரிஜிஸ்டர் பண்ணணும் நாளைக்கு மலையேற'

அவளும் எங்களுக்கு இருநபர்களுக்கு முன்புதான் நின்று பதிவு செய்து கையெழுத்து போட்டு கொண்டு இருந்தாள். அவளுக்கு பின்பு என் நண்பனோடு சேர்த்து மூவர் பதிவு செய்தனர். நான் நான்காவது நபர். என் பெயரை எழுதி பதிவு செய்து கொண்டிருந்தபோது சற்று நிமிர்ந்து அவள் பெயரை தேடினேன். அவள் பெயரோ "சகாரா" போல, இரவு தங்க அவர்களே அருகில் ஒரு அறையை ஏற்படுத்தி கொடுத்தனர். அவளும் அதற்காக காத்துகொண்டு இருந்தாள். அவ்விடைவெளியில் அவளை நான் ரசித்துக்கொண்டு இருந்தேன். சிறிது நேரம் கழித்து அவரவர் அனைவரும் அறைக்கு சென்றோம். நானும் என் நண்பனும் படுக்கறையில் படுத்து தூங்க ஆரமித்தோம். என் நண்பனோ அயர்வில் உடனே உறங்கிவிட்டான். எனக்கோ அவள் அழகை கண்ட ஆச்சர்யத்தில் உறக்கம் வரவில்லை, சிறிது சிந்தனையுடன் உடல்சோர்வு காரணமாக நானும் உறங்கி போனேன்.

காலை என் நண்பன் மலையேருவதிற்காக தயாராகி கொண்டு இருந்தான். நானும் சிறிது நேரத்தில் தயாராக ஆரம்பித்தேன். மீண்டும் பதிவி செய்யும் அலுவலகத்திற்கு

சென்றோம் அங்கு பதிவு செய்தவர்களை இரு குழுக்களாக பிரித்தனர். அவ்விரு குழுவில் அவளும் அவளுடைய நண்பர்களும், நாங்களும் ஒரே குழுவாக பிரிந்தோம். அப்பொழுதுதான் தெரிந்தது அவள் மும்பையில் இருந்து வந்திருக்கிறாள் என்று. அப்பொழுதுதான் நான் நினைத்தேன்

'நமக்கு தமிழே பேச தகராறு இதுல அவகிட்ட எப்படி பேசுவது'

என யோசித்துகொண்டு இருந்தேன். அவளும் அவள் நண்பர்களும் பேசும் வார்த்தைகளில் இருந்து தெரிந்து கொண்டேன் பள்ளி முடித்து விட்டு கல்லூரி சேர்க்கைக்காக காத்துகொண்டு இருக்கிறாள் என்று. பின்பு மலையேற்றத்திற்காக உதவியாளர்கள் தயாராக எங்களை அழைத்தனர். மலையேற உதவும் பொருட்களுக்கான 'லிஸ்ட்' எங்களிடம் கொடுத்தனர். என் நண்பன் கோவிக்கு முன்பாகவே இதை பற்றி தெரிந்திருந்ததால் நானும் என் நண்பனும் தயார் செய்து வைத்து இருந்தோம். ஆனால் அவள் நண்பர்களில் சிலர் சில பொருட்களை வாங்குவதற்காக சென்றிருந்தனர்.அப்பொழுது நான் அவளிடம் பேச முயற்சி செய்தேன். ஆனால் முடியவில்லை எனினும் என் பார்வை அவளை விட்டு விலகவில்லை . உதவியாளர் பாதுகாப்பு குறிப்புகள் வழித்தடங்கள் அவசர உதவி என அனைத்தையும் பற்றி சில குறிப்புகளை அவர் கொடுததார். நாங்கள் மலையேற தொடங்கினோம் அப்போது அவள் நண்பனில் ஒருவன் எங்களிடம் வந்து

'வாட்ஸ் யுவர் நேம்', 'வேர் டாட் யு கம் ஃபரம்'

என கேட்டான் அதற்கு நான் நிலன் ஃபரம்' சென்னை என கூறி

'யுவர் நேம் அன்ட் வேர் ஃபரம் ' என பதில் வினா கேட்டேன் கிஷான் ஃபரம்' மும்பை

என கூறினான். இவ்வாறு எங்களுடைய உரையிடல் தொடங்கி சிறிது நேரத்தில் நாங்கள் மலை அடிவாரத்தை அடைந்தோம்.

உதவியாளர் அனைவரையும் மதிய உணவு உண்டு பிறது இரண்டு நாளுக்கு தேவையான நீர் மற்றும் உணவு பொருள் சில வாங்கிகொள்ள கூறினார். சிறிது நேரம் ஓய்விற்கு பின்னர் மலையேற்றத்தை தொடங்கினோம்.

சூரியன் மறையும் வரை நடந்தோம். பின்பு ஒரு சமப்பரப்பை அடைந்தவுடன் கூடாரம் அமைத்து தங்க முடிவு செய்தோம். கதிரவனின் ஒளி மறையும் முன்னர் உதவியாளர் நெருப்பை மூட்டினார். குளிருக்கு அந்த நெருப்பு எங்களுக்கு இதமாக இருந்தது. நடந்து வந்த களைப்பில் அவரவர் கொண்டுவந்த உணவை உண்டு உறங்கினோம். மறுநாள் காலை எழுந்து கூடாரத்தை பிரித்து பயணத்தை தொடங்கினோம். எனக்கு இதுதான் மலையேறுவது முதல் அனுபவம் என்பதால் களைப்பு தீரவில்லை. அவளுக்கும் களைப்பு போகல, அவளும் எனக்கு இரண்டடி முன்னாடி தான் நடந்துகொண்டு இருந்தாள். தீடிரென 'டம்மென ஒரு சத்தம்' என்ன என்று பார்த்தால் பனிச்சரிவு. சிறிது நேரத்தில் நான் 'அலண்டு' போய்விட்டேன். இருந்தாலும் எனக்கொரு ஆனந்தம் ஏனெனில் அப்பனிச்சரிவு எனக்கும் அவளுக்கும் தனிமையை கொடுத்தது. எங்களுக்கு எதிர்பக்கத்தில் இருந்த உதவியாளர்

'பயப்பட வேணாம் உங்களுக்கு பின்னாடி ஒரு குழு வந்திட்டு இருக்கு. அவங்க கூட இணைந்து நீங்க வந்திருங்க. என நண்பனும் பாத்து வாடா' என கூறினான்

இருந்தாலும் எனக்கு அந்த அதிர்ச்சி நீங்கவில்லை, பயத்தில் உடல் நடுங்க ஆரமித்தது. திடிரென அவள் என் கையை

பிடித்தாள். அந்நொடியில் நான் பெருமூச்சு எடுத்தபடி உறைந்து போனேன். அவள்

'டோன்ட் வொரி ஐ யம் வித் யூ'

என ஆறுதல் கூறினால். அவளுடைய ஆறுதல் வார்த்தைகள் அவளுடைய பெயரைபோல(சகாரா) உறைந்துபோன எனக்கு கதகதப்பு தந்தது. சிறிது நேரத்தில் இன்னொரு குழு எங்களை வந்தடைந்தனர், அவர்களோடு சேர்ந்து இனிதே பயணத்தை முடித்தோம். அவரவர் அறைக்கு சென்று ஓய்வெடுத்து விட்டு அடுத்த நாள் ஊருக்கு கிளம்ப தயாரானோம். இறுதியில் தூரத்தில் இருந்து ஒருமுறை அவள் முகத்தை பார்த்து சிறிது புன்னகைத்தேன். அவளும் என்னை பார்த்து புன்னகைத்தால் அதே ஆனந்தத்தோடு நானும் என் நண்பனும் வீடு திரும்ப புறப்பட்டோம்....

6. கனிமொழியே

-மு. கோவிந்தராஜ்

அதிகாலைப்பொழுது சேவல் கூவும் நேரம், படுக்கையில் அங்கும் இங்கும் புரண்டு உறங்கிகொண்டு இருந்தான் என் தமையன். அவனுக்கு என்னவோ அருமையான உறக்கம். எனக்கோ அதிகாலையிலேயே உறக்கம் கெட்டு படபடப்புடன் படுக்கையில் இருந்து எழுந்து உட்கார்ந்தேன். உடனே

டேய் செல்லம் சீக்கிரம் குளிச்சுட்டு வா..... மணி ஐஞ்சு ஆச்சு...... என என்னுடைய தாயாரின் பாசத்தோடு ஒரு உரக்க குரல்

'இந்தா போறேன்! முதல்ல காபி எடுத்துட்டு வா மம்மி' என கேட்டதும் 'முதல்ல போய் குளிச்சுட்டு வாடா கொணடாரன்' என தாயார் கூறினார்.

சரியென நானும் குளியலறைக்கு சென்றேன். குளித்துவிட்டு வருகையில் மணி காலை 5.15, என்னுடைய தந்தையும்

'டேய் தம்பி சீக்கிரம் ரெடி ஆகு அப்புறம் டைம்க்கு போக முடியாது' என கூறினார். நானோ சரி'ப்பா சரி'ப்பா என சொல்லிவிட்டு அலங்கார டப்பாவை எடுத்து அதிலிருந்து சீப்பை எடுத்து தலை சீவினேன்.

எனது தாயாரும் சாப்பிட காலை உணவு தாயாராக செய்து வைத்து இருந்தார். நானும் என் அப்பாவும் சாப்பிட்டு விட்டு பேருந்து நிலையத்திற்கு சென்றோம். போகும் முன் தமையனின் முகத்தை பார்த்துவிட்டு என் தாயாரிடம்

'தம்பி எழுந்தானா சொல்லிடு மம்மி நா கிளம்பிட்டேன்னு' என கூறி தாயாரிடமும் ஆசி வாங்கிவிட்டு பேருந்து நிலையத்திற்கு புறப்பட்டோம் நானும் என் அப்பாவும். அதெல்லாம் சரி இவ்வளவு காலையில் எங்கு இருவரும் செல்கிறீர்கள் என்றால் நான் முதலாம் ஆண்டு கல்லூரியில் சேர்ந்து முதல் நாள் கல்லூரிக்கு செல்கிறேன். அதனால் தான் காலையிலேயே இவ்வளவு ஆர்பாட்டம்.

சிறிது நேரம் பேருந்தீற்காக காத்திருந்தோம். சிறிது நேரத்தில் பேருந்தும் வந்தது. நானும் அப்பாவும் பேருந்தில் ஏறி பயணித்தோம். பயணச்சீட்டு கொடுப்பவரிடம் இருந்து பயணச்சீட்டு வாங்கிவிட்டோம் எனக்குள் ஒரு படபடப்பு முதல்நாள் கல்லூரி வகுப்பு என்பதால். சரி என நினைத்து கொண்டு பேருந்து ஜன்னலின் வழியே காலை சூரியன் உதிக்கும் அழகை பார்த்து ரசித்து கொண்டு இருந்தேன்.

நேரம் கடந்தது. பின்பு நான் சேர்ந்த கல்லூரியை கிட்டதட்ட நெருங்கி விட்டோம். உடனே நானும் என் அப்பாவும் பேருந்தில் இருந்து இறங்கி கல்லூரி வாசலை அடைந்தோம். உடனே என்னுடைய அப்பா ஒரு புத்தக கடைக்கு அழைத்து சென்றார். சென்று முதல்நாள் கல்லூரி என்பதால் தேவையான பொருட்களை வாங்கி தருவதற்காக புத்தக கடைக்கு அழைத்து சென்று இருந்தார். தேவையான பொருட்களை வாங்கிய பிறகு கல்லூரி நுழைவாயில் வழியாக சென்று என்னுடைய முதலாம்மாண்டு வகுப்பினை பார்த்து கண்டுபிடித்தப்பிறகு உள்ளே சென்று பார்த்தேன்.

ஒரே ஒருவர் கூட இன்னும் வரவில்லை. நான் தான் முதல்நாளில் முதல் மாணவராக இருக்கையில் அமர்ந்து இருந்தேன். என்னுடைய தந்தையாரும் வகுப்பு முடிந்ததும் பேருந்து பிடித்து வீட்டிற்கு வந்துவிடு என கூறி அங்கிருந்து கிளம்பினார். நானும் மற்றவர்கள் வருவார்கள் என்று நினைத்து வகுப்பறையில் அமர்ந்து கொண்டு இருந்தேன். சிறிது நேரம் கழித்து இன்னொரு மாணவன் வந்தான். வந்ததும் என்னிடம் வந்து (பேசுவோமா வேணாமா என

நினைத்தபடி) தயங்கிய படி நின்றான். நான் அவன் தயங்குவதை உணர்ந்து கொண்டு உடனே நான்

'என்னோட பெயரு மாறன்' என கூறி அவனிடம் என்னை அறிமுகப்படுத்தி கொண்டேன். உன்னோடு பெயர் என்ன என நான் கேட்பதற்கு முன்னாலேயே அவன் அவனுடைய பெயரை(வெற்றி)கூறினான். பின்பு அவன் என்னிடம் சகஜமாக பேச தொடங்கி விட்டான். சிறிது நேரம் பேசி கொண்டு இருந்தோம் இருவரும். பிறகு மூன்று மாணவிகள் வகுப்பறைக்குள் வந்தார்கள். நானும் வெற்றியும் அவர்களை பார்த்தோம். அவர்களும் எங்களை பார்த்தார்கள். உடனே நான் ஹாய் என கூறினேன் அவர்களும் பதிலுக்கு ஹாய் என கூறினார்கள். வெற்றியிடம் நான்

'டேய் வாடா போய் அவங்க கிட்ட பேசுவோம்' என கூறி அவனை அழைத்தேன். ஆனால் அவன் டேய் சும்மா இருடா ஏன்டா இப்படி பன்ற என கூறி அவர்களிடம் பேச அவனும் வரவில்லை என்னையும் விடவில்லை. சரி என நானும் வெற்றியும் பேசிக்கொண்டு இருந்தோம். சிறிது நேரம் கழித்து படிபடியாக எல்லா மாணவர்களும் வகுப்பறைக்குள் வந்துவிட்டார்கள். ஆனால் அங்க தான் ஒரு டிவுஸ்ட் எங்களுடைய வகுப்பறையில் நானும் வெற்றியும் மட்டும் தான் ஆண்கள். மற்ற எல்லாருமே பெண்கள் தான். ஆனால் எனக்கு இது ஒரு பெரிய விஷயமாக தெரியவில்லை. ஆனால் வெற்றியோ

'டேய் மாறா என்டா இது வெறும் பொண்ணுங்களா இருக்காங்க ' எப்படிடா கிளாஸ்ல இருக்குறது. என கூறி அப்பப்போ புலம்பிக்கொண்டு இருப்பான். அவன் எங்குமே தனியாக செல்லமாட்டான். என்னுடனே இருப்பான், காரணம் அவன் கிராமபுறத்தில் இருந்து கல்லூரிக்கு வருகிறான். அவன் வாழ்ந்த சூழல் அப்படி, அவ்வாறு இருந்தாலும் கூட பல பொண்ணுங்க அவனிடம் பேசுவார்கள். ஆனால் இவன் பேசவே மாட்டான், அப்படியே பேசினாலும் தயங்கி தயங்கி பேசுவான். எது அவர்களிடம் கூற நினைத்தாலும் என்னிடம்

கூறி அதை நான் அவர்களிடம் கூறுவேன். இப்படிதான் முதல்நாள் நிறைவடைந்தது. மாலை வகுப்பு முடிந்ததும் நானும் வெற்றியும் பேருந்தில் ஏறுவதற்காக கல்லூரி வாயிலில் நின்று கொண்டு இருந்தோம்.

பேருந்து வந்ததும் வெற்றியும் நானும் பேருந்தில் ஏறி உட்கார்ந்தோம். சிறிது நேரம் கழித்து இதை நாம் வெற்றியிடம் கேட்கலாமா வேணாமா என நினைத்து கொண்டு இருந்தேன்,(வெற்றி இறங்க வேண்டிய இடம் வர பத்து நிமிடங்கள் இருக்கிறது) சரி கேட்டு விடுவோம் என எண்ணி உடனே நான் வெற்றியிடம்

'டேய் வெற்றி யான்டா பொண்ணுங்க கிட்ட பேச தயநகுறா, அவங்களா வந்து பேசினாலும் நீ பேச மாட்ற ஏன்' என கேட்டேன். வெற்றியும்

'நான் வாழ்ந்த சூழல் அப்படிடா மாறா'

கிராமபுறத்தில் ஆண் பெண் பேசிக்கொள்வதையே தவறான கண்ணோட்டத்தில் பார்ப்பவர்கள், நம்மோடு பயிலும் தோழிகளிடம் பேசுவதை பார்த்தாலும் கூட அவர்கள் இப்படி தான் நினைப்பார்கள். நானோ இப்படிப்பட்ட கிராமபுறத்தில் இருந்து வந்தவன், நான் மட்டும் எப்படி இருப்பேன்.

'நீயே சொல்லூடா மாறா' என கேட்டதும் நானோ சரி விடு இதுக்கு அப்புறமும் இப்படி இருக்காத கல்லூரி வாழ்க்கையில் மட்டும் தான் நம்மால் பல நண்பர்களை பல அனுபவங்களையும் பெற முடியும். என கூறினேன், வெற்றி இறங்க வேண்டிய இடமும் வந்து விட்டது.

'சரி டா மாறா போய்ட்டுவரேன் நாளைக்கு மீட் பண்ணுவோம்' என கூறி பேருந்தை விட்டு இறங்கினான் வெற்றி, நானும் சரி டா வெற்றி என கூறி அடுத்த இறக்கத்தில் நானும் இறங்கி பேருந்தை விட்டு வீட்டிற்கு சென்றேன்.

எனுடைய தாயார் வீட்டின் முன்பு வாசலை பெருக்கி கொண்டு இருந்தார். நான் சென்றதும் 'வாடா செல்லம் எப்படி போச்சு முதநாளு காலேஜுஉ' என கேட்டார், நானும் 'நல்லா பேச்சும்மா' என கூறினேன்.

'சரி போய்ட்டு குளிச்சுட்டு வா உனக்கு பிடிச்ச உருளகிழங்கு ஸ்நாக்ஸ் பண்ணி வச்சு இருக்கேன்,

என தாயார் கூறினார், நானும் குளித்து விட்டு வந்து 'டீவியை ஆன் செய்து ஹாலில் அமர்ந்து இருந்தேன், தாயாரும் உருளைகிழங்கு ஸ்நாக்ஸ் கொண்டு வந்து கொடுத்தார்கள்' நானும் சாப்பிட்டு கொண்டு இருந்தேன். சிறிது நேரம் கழித்து தந்தை தமையனை பள்ளிமுடிந்ததும் கூட்டி கொண்டு வந்தார். அவர்களும் குளித்துவிட்டு வந்தனர். ஸ்நாக்ஸ் சாப்பிட்டு கொண்டு தந்தை

டேய் மாறா முதநாள் காலேஜ் எப்படி போச்சு ஸ்டாப்ஸ் யாராசும் வந்து கிளாஸ் எடுத்தாங்களா என கேட்டார். நானும் நல்ல தான்ப்பா போச்சு ஆன ஸ்டாப்ஸ் யாரும் வரல என கூறினேன். சரி சரி சாப்பிடு என கூறி அவரும் அறைக்குள் சென்று விட்டார். தமையனும் நானும் டீவி பார்த்து கொண்டு இருந்தோம். மணி ஆறானதும் தமையன் ஹோம்வோர்க் செய்ய அறைக்கு சென்று விட்டான். நானும் தாயாரும் சமயலறையில் பேசிக்கொண்டு இருந்தோம், தாயார் இரவு உணவு செய்து கொண்டு இருந்தார். நானும் சிறு சிறு வேளைகளை செய்து கொண்டு இருந்தேன்.

இரவு சாப்பாடும் சாப்பிட்டு விட்டு உறங்கிவிட்டோம், மறுநாள் காலை நானும் கல்லூரிக்கு செல்ல புறப்பட்டேன், தந்தை அலுவலகத்திற்கும் தமையன் பள்ளிக்கும் சென்றார்கள். அம்மாவிடம் கூறிவிட்டு பேருந்து ஏறி கல்லூரிக்கு சென்றேன். சிறிது நேரம் கழித்து வெற்றியும் வந்து பேருந்தில் ஏறினான். இருவரும் பேருந்தில் இருந்து

மு.கோவிந்தராஜ்

இறங்கி கல்லூரிக்கு சென்றுவிட்டோம். இரண்டாவது நாள் எல்லா மாணவிகளும் வந்துவிட்டனர். நாங்கள் மட்டும்தான் தாமதம், நாங்கள் இருவரும் சென்று எங்களுடைய இருக்கையில் அமர்ந்து கொண்டோம். வெற்றியும் சக மாணவிகளோடு தயக்கம் இன்றி சாதாரணமாக பழக ஆரம்பித்தான், இருந்தும் பல நேரம் யாரிடமும் பேசாமல் அமைதியாகவே இருப்பான். பின்பு பேராசிரியர் வகுப்புக்குள் வந்துவிட்டார். அவர் பாடம் எடுத்து கொண்டு இருக்கும் வேளையில் வகுப்பு வாசலில் இருந்து ஒரு குரல்

'மே ஐ கம்மிங் சார்' என்று, நானும் வெளியே எட்டி பார்த்தேன், அவளை பார்த்ததும் நான் எங்கையோ படித்த கவிதையொன்னு நினைவுக்கு வந்தது. 'வான் மேகத்தின் நிலவாய்'

என் மோகத்தின் கனவாய்

ஆர்ப்பரிக்கும் ஆசைகளின் உணர்வாய்

அலை பாயும் கூந்தலை

நீயும் அள்ளி முடிகிறாய்

நிலை குலையும்

என் மனதை

நீயும் தான் கிள்ளி எறிகிறாய்

நின்று கொண்டு இருக்கும் அழகுதேவதையே

உன்னை பற்றி கவிதை சொன்னால்

உன் கடைவிழிகள் கதைக்காத கள்ளா என்கிறது.

இப்படி அவளை பார்த்த அடுத்த நொடியே இப்படி இந்த கவிதைகள் என் நினைவுக்கு வந்தது.

உடனே பேராசிரியரும் உள்ள வாம்மா போய் உட்காரு என கூறினார், அவளும் வந்து இருக்கையில் அமர்ந்தால். பேராசிரியரும் பாடம் எடுக்க ஆரமித்துவிட்டார், ஆனால் நான் அவளின் முகத்தை பார்த்தபடியே இருந்தேன். பாடம் முடிந்ததும் பேராசிரியர் அவருடைய அறைக்கு சென்று விட்டார். நானும் எப்படியாவது அவளிடம் பேச வேண்டும் என்று நினைத்து அவளிடம் போய் பேசினேன்.

'ஹாய் என்னோடு பெயர் மாறன்' என கூறினேன், அவளும் சிரித்தவாறு 'என்னோட பெயர் கனிமொழி என கூறினாள்' இப்படியே சிறிது நேரம் அவளிடம் நான் பேசிக்கொண்டு இருந்தேன். சிறிது நேரம் கழித்து

'டேய் மாறா என்னடா இவ்வளவு நேரமா கடல போட்டுட்டு இருக்க'

என சக தோழிகள் என்னை கலாய்த்தார்கள் நானும் சிரித்தவாறு அதெல்லாம் ஒன்னும் இல்லப்பா என கூறி வெற்றியிடம் சென்று அமர்ந்து கொண்டேன். இப்படியே பல நாள் ஓடியது, கல்லூரி வாழ்க்கையை ஆனந்தமாக கொண்டாடிக்கொண்டு இருந்தோம், முதல் பருவத்தேர்வு வந்தது, அதையும் எப்படியோ சமாளித்து விட்டோம். நானும் வெற்றியும் நல்ல நண்பர்களாக மாறிவிட்டோம், இணைப்பிரியாத நண்பர்கள் என்று கூட கூறலாம், அந்த அளவிற்கு ஒற்றுமையுடன் இருந்தோம். இரண்டாம் பருவத்தேர்வு வந்தது, அத்தேர்வில் நானும் வெற்றியும் ஒரு பாடத்தில் தோல்வி அடைந்தோம்,

அப்பொழுது சக மாணவிகள் எங்கள் இருவருக்கும் ஆறுதல் கூறினார்கள், அடுத்த தேர்வில் அதனை சரிசெய்து

கொள்ளலாம் என, இது ஒருபுறம் இருக்கு கனிமொழியின் மீது எனக்கு காதல் ஏற்பட்டது, அவள் என்னிடம் சகஜமாக பேசுவாள், நானும் நன்றாக அவளிடம் பேசுவேன். இப்படி பேசியபடியே நானும் அவளும் நெருங்கிய நண்பர்களானோம். எனக்கு அந்த நட்பு காதலாக மாறியது, இதை பற்றி வெற்றியிடம் கூறாலாமே என எண்ணினேன்.

சரி இன்னும் இரண்டு நாட்களில் வெற்றியின் பிறந்தநாள் வரப்போகிறது. அன்று நான் கனிமொழியை காதலிப்பது பற்றி அவனிடம் கூறுவோம் என உட்கார்ந்து கொண்டு இருந்தேன். பின்பு அதே நாளில் கனிமொழியிடமும் என்னுடைய காதலை கூறி விடுவோமே என எண்ணிக்கொண்டு இருந்தேன். வெற்றியிடம்

'வெற்றி நான் போய் கனிமொழியிடம் பேசிட்டு வரென்டா' என கூறி அவளிடம் பேச சென்றேன், அவள் கல்லூரியின் விளையாட்டு மைதானத்தில் இருக்கும் மரத்தடியில் அமர்ந்து கொண்டு இருந்தாள். நானும் அவளிடம் சென்று

ஏன் தனியா உட்கார்ந்து கொண்டு இருக்க என கேட்டேன், அவளும் எனக்கு இப்படி தனிமையில் இருக்க ரொம்ப பிடிக்கும் என கூறினாள். பின் கனிமொழி என்னிடம்

'ஏன்டா வெற்றி எப்போமே யார்கிட்டையும் பேசாம அமைதியாவே இருக்கான்' ஏன் என்று நீ கேட்டதில்லையா என கேட்டால். நானும் 'நீ வேற இப்போவாச்சும் கொஞ்சம் எல்லாரிடமும் பேசுறான் 'என கூறினேன். சரிடா என்னவோ!

'சரி நீ என்ன விஷயமா என்ன பாக்க வந்த' என திடிரென அவள் என்னிடம் கேட்டால் நான் என்ன சொல்வது என தெரியாமல் ' வெற்றிக்கு பிறந்தநாள் வரப்போகுது அதான் அவனுக்கு ஒரு பரிசு வாங்க போகணும் நீயும் வரியா என கேட்கலாம் னு வந்தேன் என கூறினேன். ஆனால் அவள்

இல்லடா எனக்கு கொஞ்சம் வேல இருக்கு, நீ போயிட்டு வா என்று கூறினாள்.

சரி என நானும் திரும்ப வகுப்புக்கு வந்து வெற்றியிடம் அமர்ந்தேன். வெற்றி உடனே ஏன்டா அதுக்குல்ல வந்துட்ட என கேட்டதும் சும்மா தான்டா என கூறிவிட்டேன். அப்படியே இரண்டு நாள் ஓடியது. அடுத்த நாள் காலை வெற்றிக்கு பிறந்தநாள் பரிசு கொடுக்க வேண்டும் என நினைத்து பரிசுப்பொருள் கடைக்கு சென்று அவனுக்கு ஒரு பரிசு பொருளையும் வாங்கினேன். திரும்ப வீட்டிற்கு வந்து அடுத்த நாள் கனிமொழியிடமும் என்னுடைய காதலை சொல்லிவிடுவோம் என நினைத்தேன் அதேபோல

அடுத்த நாள் காலை எழுந்ததும் குளித்து முடித்து புத்தாடை அணிந்து கொண்டு விறு விறு வாக பேருந்தில் ஏற சென்றேன். உடனே தனது தாயார் 'டேய் மாறா மெதுவா போடா பாத்து போ' கூறினார். நானும் சரி மா என கூறி பேருந்தில் ஏறி கல்லூரிவாசலில் இறங்கினேன். அருகில் இருந்த ஒரு பூக்கடையில் இருந்து ஒரு ரோஜா பூவை வாங்கி கொண்டு மிகுந்த சந்தோஷத்தோடு வகுப்புக்கு சென்றேன். வகுப்பில் கனிமொழியும் அமர்ந்து இருந்தாள். அவளும் புத்தாடை உடுத்தி புன்னகை சிரிப்போடு அமர்ந்து இருந்தாள். என்னுடைய வெற்றியும் புத்தாடை உடுத்தி உட்கார்ந்து இருந்தான். நேராக அவனிடம் சென்று அவனை கட்டி அணைத்து பிறந்த நாள் வாழ்த்து கூறினேன்.

வெற்றியின் கண் கலங்கியது! அவனது தோளில் தட்டியவாறு அணைத்து கொண்டேன். காரணம் அவன் இடம் பாசத்தை பொழிய உறவு என்பவர்கள் யாரும் இல்லை, பெற்றோரை இழந்த இவன் தனியாகவே வீட்டில் இருந்து வருகிறான். அவனுக்கு சொந்தம் என கூறிக்கொள்ள அவனுடைய பாட்டி மட்டுமே, அதன்பிறகு அடுத்த உறவு நான் மட்டுமே....

உடனே நான் கையை தட்டியதும் பிறந்தநாள் வாழ்த்துப்பாடல் பாடியபடியே அனைவரும் இணைந்து

மு.கோவிந்தராஜ்

கேக்'யை ஒரு மேசையில் வைத்து எடுத்து வந்தார்கள். வெற்றியும் கேக் கட் பண்ணினான். அவனுக்கு கேக்'யை எடுத்து ஊட்டி விட்டேன், பின்பு அவனுக்காக பரிசு பொருளையும் அவனிடம் கொடுத்தேன். அவனும் அதனை வாங்கிக் கொண்டு நன்றி கூறினான். அனைவரும் அவனுக்கு வாழ்த்து கூறி பரிசுப்பொருளையும் கொடுத்தனர். வெற்றி தன் வாழ்நாளில் இது போன்ற ஒரு நாளை சந்தித்து இருக்க மாட்டான். அவ்வளவு சந்தோஷம் அவனிடத்தில். சரியென உடனே நான் கனிமொழியிடமும் காதலை கூறிவிடுவோம் என எண்ணி

அவளுக்காக ஒரு கவிதையை எழுதினேன். அக்காகிதத்தாளை கையில் வைத்து கொண்டு, ரோஜா பூவினை மறு கையில் வைத்து இருந்தேன். அவளிடம் காதலை சொல்ல தயங்கியபடி அவளிடம் சென்றேன், உடனே அவள்

'டேய் மாறா சீக்கிரம் வாடா ' என அழைத்து எனது கையை பிடித்து வெற்றியிடம் அழைத்து சென்றால். அவள் என் கையை பிடித்ததும் மெய்மறந்து நின்றேன், நேராக வெற்றியிடம் அழைத்து சென்று வெற்றியை பார்த்து கனிமொழி

வெற்றி உன்ன தூரத்துல இருந்தே பார்த்த எனக்கு இன்னைக்கு உன் பக்கத்துல இருந்து பேசுறதுக்கு வார்தையே வரல! அது ஏன்'னு தெரியல உன்ன பாத்த இரண்டாவது நாளே உன்மீது எனக்கொரு அன்பு! அந்த அன்பு நீடித்து இப்பொழுது காதலாக மாறிவிட்டது, வெற்றி "ஐ லவ் யூ" என கூறி என்னுடைய கையை பிடித்து இருந்த அவளது கை விரல்கள் மெதுவாக நழுவியது. என்ன நடக்கிறது என்று எனக்கு ஒரு நிமிடம் புரியவில்லை, காரணம் அறியாமல் எனது கண் கலங்கியது. என்னிடம் வைத்து இருந்த ரோஜா பூவினை எடுத்து அவளிடம் கொடுத்து வெற்றியிடம் கொடுக்க சொன்னேன். அவளும் வாங்கி வெற்றியிடம் கொடுத்தால், வெற்றியும் அதனை வாங்கி கொண்டான்.

அன்பு வைக்க மற்றொரு உறவு அவனுக்கு கிடைத்தது. இதில் அவனுக்கு மிகுந்த ஆனந்தம். அவளுக்காக நான் எழுதிய கவிதையை அப்படியே கைக்குள் கசக்கி கண்ணீருடன் மறைத்து விட்டேன்.

இதில் எனக்கு ஒருபுறம் கவலையாக இருந்தாலும் மறுபுறம் என் நண்பனுக்காக ஆனந்தம் அடைந்தேன். அவளுக்காக நானெழுதிய கவிதை

'காணும் தூரம்தான் இருப்பினும்

காணுமிடமெல்லாம் உன் முகம்

இமை மூடும் தருணத்திலும்

உன் முகம் தேடி அலையுதடி என் மனம்

ஒரு கள்ளப் பார்வை பாரடி அழகே

எந்தன் காதல் தெரியும் உந்தன் துகிலில்

கடந்து வா உன்னை நான் பறக்க செய்கிறேன்

தூங்காமல் நாட்கள் பல கடந்து போகிறது

கனவில் பேசும் மொளனம்

கூட சில சமயம் பிடிக்கிறது

ஏன் என்று தெரியாமல் திகைக்கிறேன்

திடிரென உன்பெயர் கேட்டால் கனவிலிருந்தும் முழிக்கிறேன்.

காதலால் வரும் சோதனையா இது, இல்லை

மு.கோவிந்தராஜ்

உன்னை காதலிப்பதால் நான் படும் வேதனையா

பட படப்பென கோபம் வருகிறது, உனை பார்க்கும் நொடியில்

பனித் துளியாய் அது மறைந்து போகிறது

காரணம் தான் என்ன! உன்னை காதலிப்பதாலா!

தெரியவில்லை! இருப்பினும் காதலை கூற

உன்னிடம் தொலைத்த மனதை தேடி

வருகிறேன் கனிமொழியே!